ശ്യാമാംബരം

ശ്യാമ ശ്രീകാന്ത്

കൊല്ലം ജില്ലയിലെ ഇടമുളയ്ക്കൽ എന്ന ഗ്രാമത്തിൽ ശ്യാമളകുമാരിയുടേയും ഓമനക്കുട്ടൻ പിള്ളയുടേയും മകളായി ജനനം. അഞ്ചലും പുനലൂരിലുമായി സ്കൂൾ വിദ്യാഭാസം. പുനലൂർ ഗവണ്മെന്റ് പോളിടെക്നിക് കോളേജിൽ നിന്ന് എഞ്ചിനീയറിംഗ് ഡിപ്ലോമക്ക് ശേഷം കല്ലൂപ്പാറ ഐഎച്ച്ആർഡി എഞ്ചിനീയറിംഗ് കോളേജിൽ നിന്ന് ഇൻഫർമേഷൻ ടെക്നോളജിയിൽ ബി.ടെക് പൂർത്തിയാക്കി. 10 വർഷത്തോളം ഐടി ഫീൽഡിൽ ജോലി നോക്കി. ഇപ്പോൾ കേരള സംസ്ഥാന പിന്നാക്ക വിഭാഗ വികസന കോർപ്പറേഷനിൽ ജോലി ചെയ്യുന്നു.
ഭർത്താവ് ശ്രീകാന്ത് എസ്സ്.
മകൾ നക്ഷത്ര ശ്രീകാന്ത്.

വിലാസം:
നീറായ്ക്കോട്ട് വടക്കുംകര പുത്തൻ വീട്,
ഇടമുളയ്ക്കൽ പി.ഒ.
അഞ്ചൽ, കൊല്ലം
ഫോൺ: 9995976201

ശ്യാമാംബരം

കവിതകൾ

ശ്യാമ ശ്രീകാന്ത്

FEMINGO BOOKS
കോട്ടയം
2024

വില: 90 രൂപ

Syamambaram
By: Syama Sreekanth

Malayalam Poems

Published by:-
FEMINGO BOOKS
femingobooks@gmail.com
Ph: 90740 98776, 8301034604

Cover Design:
Maxlab

Printed in India
at Max

Edition:
First Editon March 2024

Price: Rs. 90
ISBN: 978-81-19940-80-6

പ്രസാധകക്കുറിപ്പ്

ആശയപ്രകാശങ്ങളേക്കാൾ നവീനമായ ആശയങ്ങൾ സൃഷ്ടിക്കുകയെന്നതാണ് മികച്ച കവിതകളുടെ ധർമ്മം. അത്തരമൊരു കവിതാസമാഹാരമാണ് 'ശ്യാമാംബരം'. ഇതിലെ കവിതകൾ ആഴത്തിൽ ചിന്തിപ്പിക്കുന്നു. പ്രണയവും വിരഹവും പ്രകൃതിയും മാത്രമല്ല, സമൂഹത്തിലെ പുഴുക്കുത്തുകൾക്ക് നേരെ ചുണയോടെ വിരൽചൂണ്ടുവാനും കവയത്രി ധൈര്യം കാണിച്ചിരിക്കുന്നു. ഇത് പെണ്ണെഴുത്തിന്റെ നേരാണ്. അവർക്ക് പൊങ്ങച്ചമോ, കള്ളത്തരമോ എഴുത്തിൽ ഉണ്ടാവുകയില്ല. സമൂഹവും സാംസ്ക്കാരികമായി തുറന്നെഴുത്തിലേക്ക് അവയെ പലപ്പോഴും ഉയർത്തി നിർത്താൻ അവരുടെ ചിന്തകൾക്കും എഴുത്തുകൾക്കും കഴിയുന്നു. ഈ നിലയ്ക്ക് കാലത്തിന് നേർക്കു പിടിച്ച ഒരു കണ്ണാടിയാണ് ഈ കവിതകളെന്നു നിസ്സംശയം പറയാം.

ദുർഗ മനോജ്
പ്രസാധക

1

വേനൽ

ഈ വേനലിൻ താപമെത്ര ഭയങ്കരം!
താപാഗ്നിയിൽ വെന്തുവെണ്ണീറാകുമോയീ ജീവിതം
ഒടുങ്ങാത്തതാണോ കൊടുംവേനലിൻ പകൽ
താപമെത്ര ഭയങ്കരം ജീവിതമെത്ര ദു:ഖിതം.

കൊടുംവേനലിൻ ഹേതു മനുജനോ അതോ-
പ്രകൃതിയുടെ ഒടുങ്ങാത്ത പകയോ,
മർത്യജന്മം പ്രകൃതീശ്വരിയുടെ
വൈരാഗിയോ അതോ മത് സന്തതിയോ.

വേനലിൽ തപിയ്ക്കും,
മർത്യനെയൊന്നോർക്കുക നീ
നരനിണത്താൽ കേളിചെയ്യും
സംഹാരരുദ്രയാണോ നീ!

മാരി ചൊരിയും മാർഗ്ഗമോർക്കുകയിഹ നീ
മത് തനുജനെ സഹായിച്ചീടുക നീ,
നിൻ കാരുണ്യത്തിനായ് കേഴും
മർത്യനെ യോർക്കുകയിഹ നീ.

മനോരാജ്യത്തിൽ മയങ്ങും മനുജനെ,
സ്നേഹോക്തിയാൽ പിന്തിരിപ്പിക്കുക നീ
പാപത്താൽ മനമുരുകും നരനെ
മരിയാൽ പ്രസാദിപ്പിച്ചീടുക നീ.

2
വിഷുപ്പുലരി

പുലർകാല സന്ധ്യേ എന്താണു നിൻ
കൈനീട്ടമീ വിഷുക്കണി ദിനത്തിൽ
എന്നിലർപ്പിക്കാൻ നിൻഹിതമെന്തോ
ഏതായാലും സ്വീകരിച്ചീടുമിഹ ഞാൻ

കുയിലാരവം കേട്ടുണരുമീവിഷുപ്പുലരി-
യെത്ര വിസ്മയമാം കാഴ്ചകൾക്കതീതം.
മഞ്ഞക്കണിക്കൊന്ന പൂക്കുമീ നാളി-
ലൊരു ആനന്ദാലങ്കാര സ്മൃതി

വിഷുപ്പക്ഷി പാടുമീ പ്രഭാതമെത്ര
മനോഹരം സ്വർണ്ണവർണ്ണം ദൃശ്യസുന്ദരം.
വശ്യസുന്ദരമാം മിഴികളുടെയധിപതിയാ-
മീ വിഷുപ്പുലരിയ്ക്കെത്രവർണ്ണാഭ

കണികാണാനുതകും കണിക്കൊന്ന
നന്മയുടെ പ്രതീകമാകുമീപ്പുലരിയിൽ
സ്നേഹസാന്ത്വന വചസ്സുകളീ വിഷു-
പ്പുലരിയിലൊരോർമ്മ സമ്മാനിക്കട്ടെ.

○○

3
കൈരളി

മരതക വർണ്ണമാം സഹ്യസാനുക്കളിൽ
കേരളഭൂമി കേരശാഖികളാൽ വിസ്തൃതം
കേരളക്കരയിൽ വസിക്കും മർത്യന്
മാതൃഭാഷയാം കൈരളി പെറ്റമ്മ.

സഹ്യാദ്രി തന്നിൽ വിളങ്ങും വർണ്ണാഭ
മാവേലിനാട്ടിനെന്നും ഐശ്വര്യം
കൈരളിയാം മലയാളത്തിലുച്ചരിയ്ക്കും
വയസുകളന്യഭാഷാ വാണിക്കതീതം.

മാതൃഭാഷയാം മലയാളമെന്ന മധുരമാം
മൊഴി കേരളീയർക്കു പകരുമൊരാനന്ദം
പച്ചപ്പരവതാനിയാം മാതൃഭാഷ
കേരളീയർക്കിന്നു തറവാട്ടമ്മ.

സാഹീതീദേവിയുടെ മടിത്തട്ടി-
ലുറങ്ങുകയാണോ ഈ കോമളാംഗി
കേരളത്തനിമയ്ക്ക് കോട്ടംതട്ടാതെ
കാത്തിടും നമ്മുടെയീ കൈരളി.

പെറ്റമ്മയുടെ പുകൾ കാത്തുസൂക്ഷിക്കും
ഈ മലയാളനാട് വാണീടും മക്കൾ
സഹ്യന്റെ മാറിൽ തലചായ്ച്ചുറങ്ങും
കേരളത്തിനു തൻ കൂട്ടാകുമെന്നുമീ കൈരളി.

○○

4
ഓണനാളിൽ

ചിങ്ങം പിറന്നേ പൊന്നിൻ ചിങ്ങം പിറന്നേ
ആഘോഷത്തിമർപ്പുകളേറ്റീടാൻ ചിങ്ങം പിറന്നേ
വിഭവസമൃദ്ധിയുടെ സമയമാം ചിങ്ങം പിറന്നേ
ചിങ്ങം പിറന്നേ പൊന്നിൻ ചിങ്ങം പിറന്നേ.

അത്തം തിരുനാൾ വന്നേ ചിങ്ങമാസത്തിലെ
തിരുവോണദിനമെണ്ണീടാൻ അത്തം വന്നേ
മാവേലിക്കിതാ മാവേലിനാട് കണ്ടിടാൻ സമയമായി
ചിങ്ങം പിറന്നേ പൊന്നിൻ ചിങ്ങം പിറന്നേ

പൊന്നിൻ ചിങ്ങത്തിരുവോണമായേ
മാവേലിനാടിനിതാ ഉത്സവമായേ
അത്തപ്പൂക്കളമൊരുക്കിയിതാ കുട്ടികൾ
മാവേലിമന്നനെ എതിരേറ്റിടാൻ

ഓണസദ്യ കഴിഞ്ഞുടൻ പിള്ളേരെല്ലാം
ഓണത്തപ്പന് വിടനൽകുകയായി
പൈതങ്ങളെല്ലാം ചേർന്നു പാടിയാടി
'ഞങ്ങളിതാ അടുത്ത ഓണവും കാത്ത്.'

5
ആരാധന

എൻ പ്രിയ ആരാധ്യദേവാ നിൻ
ചെഞ്ചുണ്ടിൽ വിരിയും മന്ദഹാസ-
മെന്നിൽ തീവ്രമാം ആരാധനയുടെ
പൂമൊട്ടുകൾ വിടരാൻ ഹേതുവായി.

വാണിദേവിയാം സരസ്വതിയുടെ
ഇഷ്ടതോഴാ നിന്നുടെ അധരങ്ങ-
ളിൽ പൊരുൾകൊള്ളും
വചസ്സുകൾ തത്തിക്കളിക്കുന്നുവോ

തിരുമധുരമാർന്ന നിൻ സ്വനം
മമ കാതുകളെ കുളിർപ്പിക്കുന്നുവോ
മുത്തുകൾ പൊഴിയുംപോലെ തടസ്സമില്ലാത്ത
നിൻ വാണീപ്രവാഹം കുളിർകാറ്റായി വീശുന്നുവോ.

നിൻ സർഗ്ഗധ്വനി ആസ്വദിക്കുവാൻ
കാത്തിരിക്കുമീ ആരാധികയുടെ
ഉള്ളം കാണാതെ സ്നേഹമറിയാതെ
അകന്നകന്നു പോകരുതേ നീ.

അമ്പിളി പോൽ വിളങ്ങി നിൽക്കും
നിൻമുഖത്തെ ശാന്തസുന്ദരത
ചാരുതയാർന്ന നിൻ സ്വരമാധുര്യം
പോലെന്റെ കിനാവിൽ നിറയുന്നു.

6
നൊമ്പരം

മധുരസ്വപ്നങ്ങളാലെൻ ഉള്ളം നിറച്ച്
അനുഭൂതികൾ പകർന്നു തന്ന്
അകലുകയാണോ നീ എന്നെ
വിട്ടകലുകയാണോ നീ

വർണ്ണ സുന്ദരമാം മോഹങ്ങൾ നൽകി
നിറപ്പകിട്ടാർന്ന ഓർമ്മകൾ നൽകി
അകലുകയാണോ നീ എന്നെ
വിട്ടകലുകയാണോ നീ

മമ ഹൃത്തിൽ പരിമളം പരത്തിയ
മധുരകണം തുളുമ്പിയ സുന്ദരസൂനമേ
അകലുകയാണോ നീ എന്നെ
വിട്ടകലുകയാണോ നീ

സാന്ത്വനവചസ്സുകളാലെൻ മനം കുളിർപ്പിച്ച്
സ്നേഹം നിറഞ്ഞെ മൊഴിയമ്പുകൾ എയ്ത്
അകലുകയാണോ നീ എന്നെ
വിട്ടകലുകയാണോ നീ

നിനക്കായ് മാത്രം വിരിഞ്ഞ ഈ കുസുമത്തെ വിട്ട്
നിനക്കായ് മാത്രം തുടിച്ച ഈ ഹൃദയത്തെ മറന്ന്
അകലുകയാണോ നീ എന്നെ
വിട്ടകലുകയാണോ നീ

7
പ്രണയം

ആദ്യ നിമിഷം തന്നെ ആരിലും തളിരിടും
ലയഭാവമൊന്നു തന്നെയാണനുരാഗം
സ്വരലയ സുന്ദരമാം നിമിഷത്തിൽ മൊട്ടിടും
സുരഭിലമാം അനുഭൂതിയല്ലോ പ്രണയം

സപ്തസ്വരങ്ങളിലും നിറഞ്ഞു നിൽക്കും
നാദബ്രഹ്മമാണനുരാഗം
സ്വപ്നസുന്ദരമാംവേളയിൽ പൂത്തിടും
ദിവ്യമാം അനുഭൂതിയാണീ പ്രണയം

പൂത്തുലയും മനസ്സുകളിലെന്നും പൂജിച്ചിടും
അവിരാമഭാവമാണീ മധുരഭാവം
തുടിതാളമേളങ്ങളാൽ മുഖരിതമാം മനസ്സുകളിൽ
പ്രണയം മാരി ചൊരിയുംപോലെ

ശ്രുതി മീട്ടും തംബുരുവിൽ നിന്ന് നിർഗ്ഗ-
ളിയ്ക്കും സംഗീതാനുഭൂതിയാണനുരാഗം.
കവിമനസ്സുകളെന്നും താലോലിയ്ക്കും
അനശ്വരമാം ഗീതമല്ലോ പ്രണയം

8
മോഹം

എന്നന്തരാത്മാവിൽ കുടികൊള്ളുമെൻ
പ്രാണനായകാ നിൻ ചേതോഹരമാർന്ന
നയനങ്ങളിൽ തുടിച്ചുനിൽക്കും പ്രണയാ-
നുഭൂതിയെൻ മനത്തെ പ്രേമതരളിതമാക്കി.

ആർദ്രമാം നിന്റെ ഹൃദയത്തുടിപ്പുകളോ-
രോന്നും തവ സാമീപ്യം കൊതിക്കുമീ
കൊച്ചുഹൃദയത്തിൽ ഒരുൾക്കാഴ്ച
യെന്നോണം അടുത്തറിയുന്നു

വശ്യസുന്ദരമാം നിൻ വിടർന്നമിഴികൾ
കമലം കണക്കേ കാന്തിയാർന്ന വദനം
ഏതോ ചേതോവികാരം പോലെന്നിൽ
അനന്തമോഹങ്ങൾ ചേക്കേറുന്നു.

അനന്തമാം വിഹായസ്സുപോലെ അവസാന-
മില്ലാത്ത മോഹങ്ങൾ എന്റെശൂന്യമാം
മനസ്സിൽ പകർന്നുതന്നയെൻ പ്രാണേശ്വരാ
നിന്നോടൊപ്പമുള്ളൊരു കാലമെന്നഭിലാഷമല്ലേ

നിന്നധരങ്ങളിൽ വിരിയും മന്ദഹാസം
തിങ്കൾ പൊഴിക്കും കൗമുദി പോൽ
താരശോഭയാർന്ന അംബരം പോൽ
എന്റെ നിനവുകൾക്ക് കുളിർമയേകുന്നു.

○○

9
പാഴ്ക്കിനാവുകൾ

നിന്റെയീകാത്തിരിപ്പ് എനിക്കു വേണ്ടിയെങ്കിൽ
നിൻഹൃദയം എനിക്കു വേണ്ടി കേഴുന്നുവെങ്കിൽ
എന്നെ അറിയിക്കാതെ എന്നെ അറിയാതെ
എന്തിനെന്നെ കാത്തിരിക്കുന്നുയിഹനീ.

നിന്റെ പ്രാണനിൽ നിന്നുതിരും നാദമെത്ര
യകലെയെങ്കിലും ഞാനതു കേൾക്കുന്നു.
നിൻ മനസ്സിൽ പൂത്തുലയുന്നയീ പൂക്കാത്ത
മോഹങ്ങൾക്കു വിരാമമിടാനിതാ സമയമായി.

നീയെന്നെ വൃഥാ നിനച്ചിരിക്കേണ്ട
നിന്നോടടുക്കാനെനിക്കാകില്ലൊരിക്കലും.
ഒന്നുമാത്രം നിന്നോടുര ചെയ്യുന്നു ഞാൻ
എന്നെ നിന്റെ മറവിയുടെ കോണിൽ മറയ്ക്കുക.

ഓർമ്മയുടെ താളുകളിൽ ഇനിയൊരിക്കലും
എൻ നാമമന്ത്രം കുറിയ്ക്കയരുത് നീ.
നിൻ വ്യഥയെത്രയുണ്ടെന്നറിയുന്നുവെങ്കി-
ലുമത് കാണുവാനെനിക്ക് കാഴ്ചയില്ല.

വ്യർത്ഥമാം പാഴ്ക്കിനാവുകൾ കാണാതെ
വിഫലമാം ആശകൾ വെടിഞ്ഞ്
സഫലമാം സുന്ദരസ്വപ്നങ്ങൾ കണ്ട്
വർണ്ണപ്പൊലിമയാർന്നതാക്കുക നിൻ ജീവിതം.

10
നരകേളി

മനുഷ്യമനസ്സുകളിൽ സ്ഥാനമില്ലാതെ-
ലയുന്നയെൻ പ്രാണനാം പ്രകൃതീശ്വരി
നിന്റെ വിഷമസ്ഥിതി കണ്ടുനിൽക്കാന-
ല്ലാതെ മറ്റൊന്നും ചെയ്യാനെനിക്കു ശേഷിയില്ല.

സ്വന്തബന്ധങ്ങൾ അറുത്തെറിഞ്ഞ്
ജീവിതഭദ്രതയ്ക്കു വേണ്ടി നെട്ടോട്ടമോടും
നരജന്മങ്ങൾ പാർക്കുമീക്ഷിതിയിൽ
പ്രകൃതിക്കെന്തു സ്ഥാനം കൽപ്പിക്കുന്നവർ.

നിർദയരാം മർത്യജന്തുക്കളുടെ കരങ്ങളിൽ
വെറുമൊരു കളിപ്പാവയാകുകയാണിന്നു നീ
കിരാത മനസ്സുകൾക്കുടമയാമീമാനവർ സ്വ-
സുഖങ്ങൾക്കു വേണ്ടി നിന്നെ മറന്നിടുന്നു.

പ്രകൃതിക്കുണ്ടായിരുന്ന കാന്തിയാർന്ന മേനി
മാലോകരിന്നു പിച്ചിച്ചീന്തി രസിക്കുന്നു.
പച്ചപ്പിനാൽ ശോഭിച്ചിരുന്ന സുന്ദരപ്രകൃതി
നമുക്കിന്നന്യമായിക്കഴിഞ്ഞിരിക്കുന്നു.

പ്രകൃത്യാംബ തന്റെ മക്കളെ മാറോടണച്ചുറക്കിയിട്ടും
രക്തദാഹികളാം മക്കളമ്മയുടെ മാറ് പിളർന്നിരിക്കുന്നു.
തന്റെ മക്കളാം മർത്യരെന്ന വിഴുപ്പുഭാണ്ഡം
പേറി സ്നേഹമയിയാമമ്മ ഉറ്റുനോക്കുന്നു.

മാതാവിന്റെ ദുരവസ്ഥ മനസ്സിലാക്കാൻ കനിവില്ലാതെ
ദുഷ്ടശക്തികളാം മക്കളുടെ ചെയ്തികൾ കണ്ടിട്ടാവണം
സർവ്വംസഹയായ ഈ പ്രകൃതീശ്വരി സംഹാര-
രൂപിണിയായി നടമാടാൻ തുടങ്ങിയിരിക്കുന്നു.

൦൦

11
വിട

വേർപിരിയൽ സുനിശ്ചിതമാമീ വേളയിൽ
മുറിവേറ്റു തേങ്ങുന്ന ഈ വിരഹിനിയുടെ
മനസ്സറിയാത്ത രീതിയിൽ കാലമെന്ന
ക്രൂരൻ നമ്മെ വേർപെടുത്താൻ വെമ്പുന്നു.

അനിവാര്യമാം മാറ്റം വന്നു ഭവിച്ചെങ്കിലു-
മതുൾക്കൊള്ളാനിവൾക്കു ത്രാണിയില്ല
വേർപാടാം വേദനയിന്നു കാലത്തിന്റെ
ക്രൂരവിനോദങ്ങളിലൊന്നായി മാറിയില്ലേ.

ആർദ്രമാം നിമിഷങ്ങളെണ്ണിയെണ്ണി ഞാനീ
ജീവിതം നിനക്കു വേണ്ടി സഫലമാക്കില്ലയോ
പൂർണ്ണേന്ദുപോൽ തെളിഞ്ഞ നിൻകാന്തി-
യാർന്ന വദനമെൻ ഹൃദയം കവർന്നില്ലേ.

ചേതനയറ്റയെൻ മനസ്സിന് ചൈതന്യമേകിയ
നിൻ വാണീശ്ശരങ്ങൾ മമ ഹൃദയം തുളച്ചില്ലേ
നീയെന്നിൽ നിന്നെത്ര അകലങ്ങൾ താണ്ടിയാലു-
മെൻ സ്വപ്നച്ചിറകുകളെന്നെ നിന്നരികിലെത്തിയ്ക്കും.

വിടപറയും നേരമെങ്കിലും നീയെന്നരികിൽ
സദാ ഉണ്ടാവണമെന്ന് വൃഥാ മോഹിച്ചുപോയി
കുളിർമ പകരും വചസ്സുമായുള്ള നിന്റെ വരവും
കാത്തീ മനസ്വിനി ദിനങ്ങൾ എണ്ണീടുന്നു.

○○

12
അനാഥ

ആരുമില്ലാത്തൊരു പെൺകിടാവിവൾ
ആരോരുമില്ലാത്തൊരു മാൻകിടാവ്
ആരുമില്ലോമലേ ആരുമില്ല ഇന്നി-
വൾക്കീ ഭൂമിയിൽ ആരുമില്ല.

ലാളിച്ചു വളർത്താൻ അച്ഛനില്ലിവൾക്ക്
ഉമ്മവച്ചുറക്കാൻ പൊന്നമ്മയുമിന്നില്ല
പഴങ്കഥ പറഞ്ഞൂട്ടുവാൻ മുത്തശ്ശി
മുത്തശ്ശനാരുമില്ല യിഹ ലോകത്തിൽ.

ഓർമ്മകൾ പോലും സ്വന്തമായില്ലാത്ത
ഈ പാഴ്ജന്മമിന്നീ ഭൂവിന് ഭാരമല്ലേ
ദുഃഖങ്ങൾ പങ്കിടാനൊരു ചങ്ങാതി പോലു-
മില്ലാത്തയിവളൊരു പാപിയല്ലേ.

അനിവാര്യമാം മാറ്റങ്ങളൊടിഴുകിച്ചേർന്നി-
വൾ ജീവിതത്തോട് പൊടുത്തപ്പെടുന്നു.
ദുഃഖപുത്രിയാമിവളുടെ ഉയർച്ച കാംക്ഷി-
ക്കാൻ പോലുമൊരു ജന്മമീ പാരിലില്ല.

മത്സരിക്കുമൊരു ജനത മാത്രമുണ്ടി-
വൾക്കു ചുറ്റും ഊർജ്ജസ്വലതയോടെ
അർത്ഥത്തോടുള്ള അത്യാർത്തി-
യവരുടെ മനത്തെ കരിങ്കല്ലാക്കി മാറ്റി.

○○

13
ഓർമ്മ

കനവിൽ എൻ കനവിൽ എൻ പ്രിയമാനസൻ
തന്നുടെ നിറപ്പകിട്ടാർന്ന ഓർമ്മകൾ മാത്രം.
മമ മനസ്സിൽ കുടികൊള്ളുമെൻ നിത്യചൈതന്യമേ
നിനക്കായ് മാത്രം പിറന്നതല്ലേ ഞാനീ ഉർവിയിൽ.

കനവുകൾക്ക് നിറം നൽകി കണ്ണുകൾക്ക് കുളിർമയേകി
നോവുകൾക്കാശ്വാസമായി വന്നില്ലേ നീയെൻ മുന്നിൽ
എനിക്കൊരു തുണയായി ആശ്വാസമായി
നീ വന്ന നാളുകൾ മാത്രമെന്നോർമയിൽ

കണ്ടുകൊണ്ടിരിക്കാൻ കൊതിയുണ്ടെനിക്കുനിൻ മുഖം
കേട്ടുകൊണ്ടിരിക്കാൻ സുഖമുണ്ടെനിക്കു നിൻ സ്വനം
ഇമ്പമാർന്ന നിൽ ജീവിത താളമെൻ നെഞ്ചോട്
ചേർക്കാൻ മോഹിക്കുന്നിന്നെൻ മനസ്സ്

അലിഞ്ഞു ചേർന്നു നിന്നിഷ്ടമെന്നാത്മാവിൽ
കവർന്നെടുത്തു നിൻ സൂക്തമെൻ മനം
അരുണകിരണം കണക്കേ ജ്വലിക്കുന്നയെൻ
പ്രിയന്റെ വേദനമെന്നോർമ്മയിൽ നിറയുന്നു.

ഹൃദയത്തിന്റെ ഭാഷയാം സ്നേഹമെന്ന
നൈർമല്യം തുളുമ്പും വികാരമെന്നിൽ
ഉണർത്തിച്ചയെൻ പ്രിയങ്കരന്റെ ഓർമ്മകൾ
താലോലിക്കാൻ മാത്രമായ് ഞാനീ ഭൂവിൽ

എൻ പ്രിയ തോഴന്റെ സുഖമുള്ള ഓർമ്മകളെൻ
ചിത്തത്തെ സുഖനിദ്രയിൽ പോലും തഴുകുന്നു.
ജീവന്റെ ജീവനാം എൻ പ്രിയ നാഥന്റെ
ഓർമ്മകൾ പുൽകുന്നതു തന്നെന്നാശ്വാസമല്ലേ!

ഠഠ

14
നഷ്ടം

മൗനം വാചാലമായ നിമിഷങ്ങളെനിക്കു
സമ്മാനിച്ച നിന്നെയെനിക്കിന്നു നഷ്ടമാകുന്നു.

നീറും മനസ്സിന്ന് സുഖാനുഭൂതി പകർന്നു
തന്നു നീയെവിടേക്കു കൂടുകൂട്ടുന്നു.

നിനക്കു വേണ്ടി മനമുരുകി കേഴുന്നുവെങ്കിലു-
മീവിധി നിന്നെയെനിക്കു നഷ്ടമാക്കുന്നു.

സ്വാർത്ഥതയുടെ കരിനിഴലിളക്കിയാട്ടി
വിധിയുടെ കരങ്ങളെന്നെ നിന്നിൽ നിന്നകറ്റുന്നു.

സർവ്വചരാചരങ്ങളും നമ്മുടെ വിയോഗ-
ത്തിൽ മതിമറന്നാനന്ദിക്കുകയാണോ?

പുതിയൊരു ലോകമെനിക്കു വേണ്ടിത്തുറന്ന-
തിനു കാവൽ നിന്ന നിന്നെയെനിക്കു നഷ്ടമായോ.

എനിക്കായ് നീ രചിച്ച കാവ്യവും ചിത്രവു-
മെല്ലാമിന്നെനിക്കന്യമാവുകയല്ലേ.

നഷ്ടമാകും തവസാമീപ്യമോർത്തിട്ടു-
രുകുന്നിന്നെന്റെ ഉള്ളം മെഴുകുപോൽ

ജീവിതയാത്രയിൽ തുണയായെനിക്കു ലഭിച്ച
നഷ്ടങ്ങളുടെ പട്ടികയിലിതാ ഒരു നഷ്ടവും കൂടി.

നോവുകൾ മാത്രം നോവുകൾ മാത്രം
നഷ്ടബോധത്തിന്റെ നോവുകൾ മാത്രം.

OO

15
കിനാവ്

കണ്ടു ഞാൻ പരിചിതമാം രണ്ടു മിഴികൾ
കൊണ്ടു മമ ഹൃത്തിലാ ദൃശ്യത്തിൽ തീവ്രത
നളിനം വിരിയുമവളുടെ സുന്ദരനയനങ്ങളെന്നെ
ഒളികണ്ണാലെ നോക്കുന്നുവോ

അധരങ്ങൾ പൊഴിക്കും സ്മേരമെന്നെ-
യരികിലേയ്ക്ക് മാടിവിളിക്കും പോലെ
മമ ചിത്തമാം പൊൻവിളക്കിൽ ജ്വലിക്കും
പ്രണയമാം തിരിനാളമല്ലേയവൾ.

ആ അപ്സരസ്സിൻ രൂപസൗകുമാര്യ
മെന്റേതായെങ്കിലെന്നു കൊതിച്ചു ഞാൻ
അവളുടെ ശാരികച്ചുണ്ടെന്നോടെന്തോ
മന്ത്രിക്കാൻ വിതുമ്പുന്നില്ലേ.

ഈറൻ മുടിയിൽ തുളസിക്കതിരും
തിരുനെറ്റിയിൽ തൊടുകുറിയണിഞ്ഞും
വടിവാർന്ന ഉടലിൽ പട്ടുചേല ചുറ്റിയുമാ-
ശാലീന സുന്ദരിയെന്നടുത്തേക്കിതാ

വ്രീളയാൽ ചുവന്ന മുഖത്തൊരു പാൽ-
പ്പുഞ്ചിരിയുമായി മന്ദംമന്ദം നടക്കുന്നുവോ
വന്നുനിന്നൂ മമ മുന്നിലാ ദേവകന്യക
എന്നിട്ടെൻ പ്രാണേശ്വരായെന്നു വിളിച്ചാൾ

കോൾമയിർ കൊണ്ടൂ ഞാനാസൗന്ദര്യ-
ധാമത്തിൻ മാധുര്യമാർന്നഗീരിനാൽ
നിദ്രയെപ്പുണർന്ന കിനാവാണിതെന്നോർക്കുമ്പോ-
ളെൻ മനം തന്ത്രികൾ പൊട്ടിയ തംബുരു പോൽ

൦൦

16
നൈരാശ്യം

ഹന്ത! കഷ്ടമാണീ പാരിലെ ജീവിതം
നിത്യംനിത്യം ദുരിതഭാരങ്ങളേറിടുന്നു.

സ്നിഗ്ദ്ധരാം മർത്യരില്ലാത്തയീ ഭൂവിലെ
ജീവിതമൊരു മരവിപ്പായ് മാറുന്നു.

അനിഷ്ടമാം കാഴ്ചകൾ കാണാനാവാതെ
ചില ധന്യരാം മനുഷ്യർ സുരപഥം പൂകിടുന്നു.

തുഹിനത്താൽ കുളിർമയേറിയ അമ്പുറ്റ പ്രഭാതവും
ഭൂമീദേവിക്ക് പേടിസ്വപ്നമായി മാറിയിരിക്കുന്നു.

ധൂസരചിത്തരാം മർത്യരിന്നീ ഭൂവിൽ അഹങ്കരി-
ച്ചുന്മാദിച്ച് സ്വന്തം ജീവിതം തകർത്തെറിയുന്നു.

കാഞ്ചനകളഭാദികളാൽ ശോഭിക്കേണ്ട
നിറതാരുണ്യത്തിന്നു് മങ്ങലേറ്റിരിക്കുന്നു.

പാരിന്റെ പാണികൾ കബന്ധങ്ങളേൽ-
ക്കാനാവാതെ വിങ്ങിക്കരയുന്നില്ലേ

ആ ദീനരോദനം ദിഗന്തങ്ങൾ ഭേദിക്കുമാ-
റുച്ചത്തിൽ മുഴങ്ങുമൊരുനാളീക്ഷിതിയിൽ

അർത്ഥമില്ലാത്തയീ ജീവിതത്തിലാർക്കും
സാലഭഞ്ജികകളോടസൂയ തോന്നിപ്പോകില്ലേ.

൦൦

17
മൃത്യു

ഇനിയും കാത്തിരിക്കാനാവശ്യപ്പെടുകയാണോ നീ
എന്നോടൽപ്പം ദയ കാണിക്കാനെന്തേയിത്ര മടി
നിത്യവും നിൻമുന്നിൽ കേഴുന്നില്ലേ ഞാൻ
എന്നിട്ടും നീയെന്നെ മറന്നു പോകുന്നുവോ

നിന്റെ ശകടത്തിൽ കുളമ്പടികൾ കേൾക്കുന്നു
ഞാനങ്ങു വിദൂരതയിൽ, അതൊന്നടുത്തു
കേൾക്കുവാൻ കൊതിച്ചിരിക്കുമെന്നെ നിന -
ക്കെങ്ങനെ വേദനിപ്പിക്കാൻ കഴിയുന്നു.

ചില നിമിഷങ്ങളിലെ നിന്റെ ക്രൂരതയെന്റെ
ഹൃത്തിൽ നിരാശയുടെ മുൾവിത്തുകൾ പാകുന്നു
എന്നുടെ ദേഹി ദേഹത്തിൽ നിന്നകലാനാ -
ശിച്ചിട്ടും നിൻ മിഴികൾ ചിമ്മാത്തതെന്താണ്

ബാലിശമാം നിന്റെ വാശിയുപേക്ഷിച്ചെന്നെ
നിന്നരികിലേക്കെത്തിക്കുകയിഹ നീ
ഇനിയും പ്രതീക്ഷിച്ചിരിക്കുകയെന്നുര ചെയ്യാതെ
മൃത്യുവാം മോചനമൊന്നാസന്നമാക്കുക നീ.

○○

18
തോഴി

എന്നരിയ തോഴീ കമലലോചനേ
എൻപ്രിയ പുണ്യസരിത്തല്ലേ നീ

നിൻ കളകളാരവമെൻ കർണ്ണങ്ങളെ
സംഗീതത്തിൽ കുളിരറിയിക്കുന്നുവോ

പൂങ്കുയിലേ നിനക്കെന്റെ മനസ്സിൽ
പൂമാലയാലൊരു ധാമമുറച്ചല്ലോ

നീയെന്റെ മാത്രമാണെന്നൊന്നുര
ചെയ്താലെൻ ജീവിതം ധന്യമായി.

കാമിനി നീയെന്നുമെന്റെ കൂടെയെങ്കിൽ
നിൻ കാമനീയകം വർണ്ണിക്കാം ഞാൻ

സുന്ദരഗാത്രീ സരസിജനയനേ
നീയെൻ അമ്പുറ്റ സഖിയല്ലോ

എന്നുടെ ദേഹിദേഹങ്ങൾ ധ്രുവമായും
നിന്നോടൊപ്പമുണ്ടാകുമെപ്പോഴും

എന്നധരങ്ങൾ നിന്നഭിധാനമുച്ചരിക്കാൻ
എത്രമാത്രം കൊതിക്കുന്നുവെന്നറിയുന്നുവോ നീ

പഴുതേ കഥിക്കയല്ലഹമിക്ഷണം
ഉണ്മതന്നെയെന്നു നമ്മളറിയുന്നു.

മമ സഖീ നമ്മുടെയീ സുഹൃത്ബന്ധം
ഒഴുകും ഗംഗാപാദസ്സ്പോൽ പവിത്രമല്ലേ!

○○

19
പ്രതീക്ഷ

വ്യർത്ഥമാം അനവധി മോഹങ്ങളും
വിഫലമാം നിരവധി കനവുകളും
വിരസമാം ഈ ജീവിതത്തിൻ നിനവുകളു-
മെല്ലാമെൻ മനസ്സിൻ ശൂന്യത മറയ്ക്കുന്നു.

ഇരുളാം മമ ജീവിതത്തിന്നു വെളിച്ചമേകാൻ
മരവിച്ച മനസ്സിൻ വിങ്ങൽ കേൾക്കാൻ
ജീവിത യാത്രയിലൊരു കൂട്ടായി വരാൻ
സ്വന്തമായെനിക്കാരുമില്ലീ ഭൂവിൽ.

പകലിനെ പ്രതീക്ഷിക്കുന്നു രാത്രി
മഴ കാക്കുന്നില്ലയോ വേഴാമ്പൽ
പക്ഷികൾ തേടുന്നു വസന്തത്തെ
ഞാനാരെ കാത്തിരിക്കുന്നീ ജീവിതത്തിൽ

മുൻ ജന്മപാപത്തിൻ ഫലമോ
അതോ ദൈവത്തിൻ വികൃതികളോ
അറിയില്ലെനിക്കീ സാരമില്ലാത്ത
ജീവിതത്തിൻ ഹേതുവെന്തെന്നു

ഇനിയെത്രനാൾ ജീവിച്ചാലൊടുങ്ങുമീ-
ധരാതലത്തിലെയെൻ പാഴ്ജന്മം
ഒരിക്കലെത്തിടുമാ സുദിനമെന്നതു-
മാത്രമാണെൻ ജീവിതത്തിന്നേക പ്രതീക്ഷ.

20
ലഹരി

സുരലഹരിയിൽ മദിക്കും മർത്യരാം താരുണ്യങ്ങളെ
നിമിഷസുഖ പ്രദാനങ്ങളാം മയക്കുമരുന്നിൻ സന്തതികളേ
ഒന്നോർക്കുകയിഹ നിങ്ങൾ സ്വക്ഷയം ആസന്നമായെന്ന്
നാടിൻ നായകരാകേണ്ടവർ തങ്ങളെന്നറിയുക നിങ്ങൾ

സുഖദായകരെന്ന് സ്വയം വിശ്വസിക്കും ബാലിശചിത്തങ്ങളെ
അറിയുക നിങ്ങളിക്ഷണം നാളെയുടെ മനോരോഗി തങ്ങളെന്ന്.
ഉന്മാദചിത്തത്തോടെ ചെയ്യുന്ന ചെയ്തികൾ
ഉന്മൂലനം ചെയ്യേണ്ടതാണെന്നോർക്കേണം നിങ്ങൾ

മനോവൈകല്യത്താൽ കാട്ടുന്ന വികൃതികൾ
സഹോദരാദികളോടാണെന്നറിയേണം
മദ്യാസക്തി തുടക്കമൊരു നേരമ്പോക്കിന്
ഒടുക്കമിതൊരു മഹാദുരന്തത്തിൽ

സ്വേച്ഛരാം നവമനസ്സുകളേ ക്ഷണികമാണീ സുഖാനുഭൂതി
മദ്യം വിതയ്ക്കും വിപത്ത് കൊയ്യാതെ
ഉണ്മ വിതച്ച് നന്മ കൊയ്യുക നിങ്ങൾ
ലുളിത മനസ്കരാം നിങ്ങൾ ശുഷ്ക ചിന്തകൾ വെടിയുക

ഗർഹ്യം തുളുമ്പും വചസ്സുകൾ
മറവിയുടെ കോണിൽ മറയ്ക്കുക
ഇത്യാദി വിഷമയവിചാരങ്ങൾ വെടിയുക
നിങ്ങൾ നാടിന് വേണ്ടി.

മയക്കുമരുന്നിന്നനുഭൂതിയിനി
ഫണം വിടർത്താതിരിക്കട്ടെ നിങ്ങളിൽ
നാടിന്നുപകൃതമാം ചെയ്തികൾ
നിങ്ങളുടെ ജീവിതത്തിലലിയട്ടെ

ഉയരട്ടെ നാദം നിങ്ങളുടെ രസനയിൽ
തുലയട്ടെ പോയ് ലഹരിപദാർത്ഥങ്ങൾ.

OO

21
ചങ്ങാത്തം

ശീഘ്രലംതന്നെ പൊലിഞ്ഞു പോയീടുമോ
നമ്മുടെ പാവനമാം സുഹൃത്ബന്ധം

വേർപെടേണ്ടവർ നാമെന്നാരുടെ
മനസ്സിന്നിച്ഛയെന്നെനിക്കറിവില്ല

എങ്കിലും നാമകന്നിടുമോ ഈ ഭൂമിയിൽ
സംശയമായവശേഷിക്കുന്നിതെൻ ഹൃത്തിൽ

നമ്മെപ്പിരിക്കാനവകാശിയായി ശേഷിക്കുന്ന-
വരാരുണ്ട് ഇഹലോകത്തിൽ

സമത്വസുന്ദരമാം ഈ ചങ്ങാത്തത്തെ
ഗ്രഹിക്കുന്നില്ലയോ മഹാനീശൻ

നമ്മെ മനസ്സിലാക്കാൻ നാം തന്നെ വേണ്ടൂ
എന്നുറ്റ ചങ്ങാതീ അറിയുക നീ ഈ സത്യം

അകന്നിടുമോ നമ്മെവിട്ടങ്ങകലേയ്ക്ക്
നമ്മിലെ പരിശുദ്ധ സ്നേഹത്തിൻ കണിക

അണയാതിരിക്കട്ടൊരു കാറ്റിലും കോളിലും
പൊൻപ്രഭയേറിയ സ്നേഹത്തിൻ ദീപനാളം.

22
ആത്മസഖി

സദാ എന്നുള്ളിൽ വിളങ്ങിനിൽക്കും
കമനീയ തങ്കവിഗ്രഹമല്ലോ നീ...
പുലരിയുടെ ആദിമദൂതൻ വന്നണയുമ്പോൾ
കണികാണാൻ കൊതിക്കുന്നു ഞാൻ നിൻമുഖം

നീയെന്നരികിൽ വരുമ്പോൾ, മൊഴിയുമ്പോൾ
ആനന്ദത്തിന്നലകൾ ഉയരുന്നു.

എൻ ചേതോവികാരങ്ങൾ വരയ്ക്കട്ടയോ ഞാൻ
നലമേറിയ നിൻ ഹൃദയതാളിൽ

എന്നാളിയുടെ ഹൃദയകമലത്തിൽ മധു
നുകരാൻ കൊതിക്കുമളിയല്ലയോ ഞാൻ

നിൻ പാവനമാം പാദപത്മത്തിൽ തളിക്കും
തീർത്ഥകണമാകട്ടയോ ഞാനെൻ സഖി...

ഹൃദ്യമാം നിൻ നാദസ്രവണമെൻ ശ്രവണ-
ത്തിലൂടെയായെങ്കിലെന്നാശിക്കുന്നു ഞാൻ

എൻ മനോമുകുരത്തിൽ തിളങ്ങി
നിൽക്കും മുഴുതിങ്കളല്ലയോ നീ

ഒരു ചെറുധാമമെനിക്കു തരുമോയെൻ
സഖി തവഹൃദയത്തിന്നൊരു കോണിൽ

പുണ്യഗ്രന്ഥമാം തവ മനസ്സിന്റെ താളുക-
ളോരോന്നായി മറിക്കുമോ മമ മുന്നിൽ നീ

എൻ മനോദു:ഖത്തെയുരുക്കിയില്ലാതാക്കും
ജാതവേദസ്സല്ലയോ കൂട്ടുകാരീ നീ

ശ്യാമാംബരം

നിൻ മനോവിതാനത്തിൽ മയങ്ങാൻ വാശി
പിടിക്കുമൊരു കുട്ടിയാകുന്നു ഞാൻ ചിലനേരം

എന്നന്തരംഗത്തിൽ മലർവാടിയിൽ വസന്ത-
വാസരങ്ങൾ തന്നില്ലേ പ്രിയതോഴീ നീ

ശമനൻ വന്നാലുമെനിക്കരൾച്ചയില്ല
നീയെന്നരികിലുണ്ടാകുമെങ്കിൽ

ഈ പാരിടത്തിലെന്നുമൊരു തുണ-
യാകില്ലേ എൻ ഹൃദയതാളമേ നീ...

00

23
തമസ്സ്

വെളിച്ചമെന്തെന്നറിയിക്കാതെ
സ്നേഹമെന്തെന്നറിയിക്കാതെ
സന്തോഷമെന്തെന്നറിയിക്കാതെ
എന്നെ തമസ്സിലേക്കാനയിച്ചതാരാണ്?

ഇരുളിലുഴലുന്ന എനിക്കായൊരു
നുറുങ്ങുവെട്ടമെങ്കിലുമെത്തിക്കാനാ-
ഗ്രഹിച്ച മിന്നാമിനുങ്ങിൻ ചിറകുകൾ
കരിച്ച ദുഷ്ടമനസ്സിന്നുടമയാരാണ്?

ഇരുൾക്കയത്തിൽ നിന്നെന്നെ കരകയറ്റാൻ
നീട്ടിയ സ്നേഹപാശത്തെ മനസ്സിലാക്കാൻ
കഴിയാതെ ശരങ്ങളെയ്ത
കറുത്തകരങ്ങളാരുടെയാണ്?

ആകാശത്തിൻ നീലിമയാസ്വദിക്കാൻ
മാരിവില്ലിൻ വർണ്ണങ്ങൾ കാണാൻ
അതിഥിയായെങ്കിലുമെത്തുമോ പ്രിയ-
പ്രകാശമേ എന്നരികിൽ നീ?

സ്നേഹത്തിൻ മലർ മൊട്ടുകൾ വിടരുന്ന
ഉദ്യാനത്തിലെ ശലഭമാകാനായില്ലെങ്കി-
ലെനിക്കുരചെയ്യാം സ്വപ്നങ്ങൾ പിറവി-
യെടുക്കും തമസ്സിനാണേറെ ഭംഗി.

○○

24
നീയാര്?

സ്നേഹം നടിക്കയെന്നറിയാതെ ഞാൻ
നിൻദുഷ്ട പ്രഭാവത്തിലാണ്ടുപോയി
വൈകിയല്ലെങ്കിലും നാട്യമെന്നറിഞ്ഞ നേരം
ഒരു മാത്രയെങ്കിലും ഖേദിച്ചുപോയി.

ആരെന്നറിയാതെ സ്വീകരിച്ചതിൻ ഫലമോ
കണ്ണുപോൽ കാത്തുവച്ചൊരെന്നരിയ
പനിനീർ കുസുമത്തെ തട്ടിയെടുത്ത്
സ്വയം മറന്നാഹ്ലാദിച്ചില്ലേ നീ.

മതിവരാഞ്ഞിട്ടോ പിന്നെയുമെന്നെ നിൻ
ചാരത്ത് കൊണ്ടുവന്നില്ലേ നീ
പഴകിയതെങ്കിലും ചതിയെന്ന സത്യം പലവുരു
പറഞ്ഞു ഞാനെൻ മനത്തെ ഓർമ്മപ്പെടുത്തി.

കപടത മാത്രമറിയുന്ന നീയെന്റെയാ-
പഴയ പനിനീർ കുസുമത്തിൻ മധു
നുകർന്ന് ദളങ്ങളടർത്തിയെടുത്ത്
നിന്റെയടിമയാക്കി മാറ്റിയില്ലേ

ദുഷ്ടതയ്ക്കറുതിയില്ലാതെ വീണ്ടും
എന്നുടെ മനസ്സിൻ മലർവാടിയിൽ
വിടർന്ന മറ്റൊരു സുന്ദരമലരിനെ
നിന്റേതാക്കുവാൻ ശ്രമിക്കുന്നുവോ നീ

പ്രിയരെ കവർന്നെടുത്തു നീയെൻ
മനോവിപഞ്ചികയുടെ കമ്പികൾ പൊട്ടിച്ചില്ലേ
സ്നേഹത്തിൻ മുഖംമൂടിയണിഞ്ഞ് കറപുരണ്ട
മനസ്സുമായ് വന്ന ക്രൂരതയുടെ പര്യായമേ നീ ആരാണ്?

ോ

25
സഖി

ആരും ഇഷ്ടപ്പെടുന്നൊരു സുന്ദര
വദന മാരുടെയെന്നറിയാമോ?

ക്രൗര്യഭാവമെന്തെന്നറിയാത്ത വിടർന്ന
നയനങ്ങളാരുടേതെന്നറിയുമോ?

ആരും കൊതിച്ചുപോകുന്നൊരു നന്മ
നിറഞ്ഞ മനസ്സിന്നുടമയാരാണെന്നറിയാമോ?

വേദനിക്കുന്ന മനസ്സുകളെ സാന്ത്വനിപ്പിക്കുന്ന
സ്നേഹവചസ്സുകളാരുടെയെന്നറിയുമോ?

ആരുടെയും ക്രോധം ശമിപ്പിക്കും മൊഴികളു
തിരും രസനയാരുടെയെന്നറിയാമോ?

ഒരു കൊച്ചു തലോടലിനായി ആശിക്കുന്ന
മനസ്സുകളെ തഴുകുന്ന കരങ്ങളാരുടെ യെന്നറിയുമോ?

കൂരിരുട്ടിലും പ്രകാശവുമായെത്തുന്ന
സ്നേഹപാശങ്ങളാരുടയെന്നറിയാമോ?

അറിയാമെനിക്കെല്ലാമെൻ പ്രിയസഖി
നീയാണീയുലകിൻ ദിവ്യപ്രകാശം.

○○

26
പ്രണയ ലേഖനം

മാനസമണിവീണ മീട്ടി നീയെൻ
മൗനരാഗങ്ങൾ മൂളിയില്ലേ

പാഴ്മരുഭൂവായിരുന്നയെൻ മനത്തെ
സ്നേഹം വിളയും കേദാരമാക്കിയില്ലേ.

പ്രണയത്തിൽ മലർശരങ്ങളെയ്തെന്നുള്ള-
മൊരു പൂങ്കാവനമാക്കി മാറ്റിയില്ലേ.

നിന്നധരങ്ങളിൽ വിരിഞ്ഞ പുഞ്ചിരിയാലെ-
ന്നന്തരംഗത്തിലെയിരുളിൻ മറ നീക്കിയില്ലേ

തളർന്നിരുന്നൊരെൻ ജീവനാഡികൾ നിൻ-
ചുടുനിശ്വാസത്താൽ സചേതനമായില്ലേ

എന്നുള്ളിലെ മായാ വർണ്ണങ്ങൾ ചാലിച്ചു നീ-
യെൻ ഹൃദയതാളിൽ ചിത്രമെഴുതിയില്ലേ.

പ്രണയരാഗങ്ങൾ മീട്ടി നീയെൻ കർണ്ണങ്ങൾക്ക്
സംഗീതത്തിൽ സുഖാനുഭൂതി പകർന്നുതന്നില്ലേ

കളങ്കമില്ലാത്ത നിൻ വാണീശരങ്ങളെൻ-
മനസ്സിലെ മോഹങ്ങൾ കവർന്നില്ലേ.

○○

27
വൈറസ്

എന്റെ പ്രോസസറാം മസ്തിഷ്കത്തിൽ
കടന്നുകൂടിയ വൈറസ്സല്ലേ നീ
സിസ്റ്റം ലോഗ് ഓൺ ചെയ്യുന്നതു പോലെ
പ്രഭാതം പൊട്ടിവിടരുമ്പോളെൻ
ദിനചര്യകളാം പ്രോഗ്രാമുകൾക്ക്
തടസ്സം സൃഷ്ടിക്കും വൈറസ്സല്ലേ നീ
അനുവാദമില്ലാതെൻ ഹൃദയത്തിൽ
കുടിയേറിയിട്ടും പോരാഞ്ഞിട്ടോ
വെർചൽ മെമ്മറിയിലേക്കും കടക്കാൻ
ശ്രമിക്കുന്നുവോ വൈറസേ നീ
ഷട്ട് ഡൗൺ ചെയ്താലും പ്രവർത്തിക്കും
വൈറസ് നീ തന്നെയാകുന്നു.
ചില നേരം ഞാൻ സ്റ്റക്കായി പോകാനും
ഹേതു നീ താനല്ലയോ വൈറസേ
നെറ്റ് വർക്കാമെൻ നാഡീവ്യൂഹത്തെ
കളങ്കപ്പെടുത്തുന്നുവോ വൈറസേ നീ
വൈറസെങ്കിലും നീയെനിക്ക് പ്രിയ-
പ്പെട്ടതെന്നോർക്കുമ്പോൾ ആന്റി-
വൈറസിനെക്കുറിച്ചെന്തിനു ഞാൻ
വൃഥാ ചിന്തിക്കുന്നതെന്നെനിക്കറിവീല.

OO

28
മാറ്റം

പണ്ടെങ്ങോ ഇടവഴികളിൽ മൊട്ടിട്ടു
മനസ്സുകളിൽ പൂത്തുലഞ്ഞ തീവ്രമാ-
മനുരാഗത്തിൻ മധുരസ്മൃതികൾ
ഇന്നെവിടേക്കോ മാഞ്ഞു പോയി.

ഇ-മെയിലുകളും ചാറ്റിങ്ങും പിന്നെ-
സൈബർ പ്രണയവുമെല്ലാമൊരു-
നാളിലെ മൗനാനുരാഗത്തിൻ
ശീലുകൾ മറക്കുന്നുവോ മനസ്സറിയെ

സമയം തികയാത്ത നെട്ടോട്ടമോടുമീ
കാലത്തിന്റെ കൂടെയെത്താനായി
പരക്കംപായുമിന്നിന്റെ സന്തതികൾക്ക്
ചിന്തിക്കാൻ കൂടി സമയം തികയുന്നില്ല.

മനസ്സിലെ മോഹങ്ങൾ നിറങ്ങളിൽ
ചാലിച്ചെടുത്തു മോഹനമാക്കുന്ന
കലാലയത്തിലെ നിറതാരുണ്യങ്ങളും
പ്രണയത്തിൻ ശൈലി മാറ്റിയില്ലേ

കലാലയ പ്രണയങ്ങളിന്നു മൊബൈൽ
സല്ലാപങ്ങൾക്കു വഴിമാറുമ്പോൾ
ഹൃദയരക്തത്തിൽ ചാലിച്ചെഴുതുന്ന
പ്രണയ ലേഖനങ്ങൾ മരിച്ചീടുമോ?

29
യഥാർത്ഥ യക്ഷി

ക്രൂരതയെന്ന കൊടുംവിഷം പുരട്ടിയ
മൊഴിയമ്പുകൾ വേഗത്തിലെയ്ത്
പാവമാം ചില മനുഷ്യമനസ്സുകളെ
വേദനിപ്പിച്ച് രസിച്ചുന്മത്ത നൃത്ത-
മാടുമൊരു ഭദ്രകാളിയാമിവൾ
നരനിണം പോലശ്രു ബാഷ്പം
മോന്തി, മോന്തിക്കുടിച്ചുല്ലസിച്ച്
സുരലഹരിയിലെന്ന പോൽ
ചോരനിറം പൂണ്ട രൗദ്രഭാവ-
മാർന്ന മിഴികളിൽ വേളകൾ-
ക്കനുസൃതം ശൃംഗാര ഭാവവും
വരുത്തി വശ്യമാമൊരു കൊലച്ചിരിയും
പകർന്നാരുമറിയാതെയേവരുടേയും
കൂടെ പരിലസിച്ചു നടക്കുമ്പോഴു-
മുള്ളിലെ ക്രൂരതയൊട്ടുമേ നഷ്ട-
പ്പെടാതെ കാത്തുസൂക്ഷിക്കാൻ
കഴിവേറുമൊരു ഭയങ്കരിയാമിവളാ-
ളുകളെ കബളിപ്പിച്ചാസ്വദിച്ച് ധാർഷ്ട്യ-
ത്തോടെ, യാവശ്യമെന്നു തോന്നുമ്പോളൊരു
കള്ളക്കദന കഥയും ചമച്ച് ചമഞ്ഞൊ-
രുങ്ങി കൂടെ നടന്ന് ചതിയെന്ന കാണാ-
ക്കയത്തിലേക്ക് തള്ളിയിടാൻ
പോലും മടികാണിക്കാത്ത വഞ്ചകി-
യാമിവളല്ലോ യഥാർത്ഥ യക്ഷി.

○○

30
നഷ്ടബാല്യം

വിട്ടുപോയ് വിട്ടുപോയ് എന്നെ വിട്ടുപോയ്
ഒന്നുമറിയാതോടിക്കളിച്ചിരുന്ന സുന്ദരബാല്യം

തിരികെ കിട്ടാത്ത നിഷ്കളങ്കമാം ബാല്യത്തിന്റെ
യോർമ്മകളെന്നിൽ ചിറകിട്ടടിക്കുന്നു.

ഭീതിയേറിയ ജീവിതവീഥികളിൽ കൂട്ടായി
നഷ്ടബാല്യത്തിൻ മധുരസ്മരണകൾ മാത്രം.

ബാല്യം നൽകിയ ആനന്ദനിമിഷങ്ങൾ ഇനി-
യൊരിക്കലെങ്കിലുമെന്നെത്തേടിയെത്തുമോ

വെറുതേയാശിച്ചു പോയ് ഞാനൊരു നിമിനേരം
ഇനിയൊരു നാളും വരാത്ത സുന്ദരമുഹൂർത്തങ്ങൾ

തളിരിളം ചുണ്ടിലെ പുഞ്ചിരിയെങ്ങുപോയ്
എൻ ദുഃഖസാഗരത്തിന്നഗാധതയിലോ

വലുതാകാനാശിച്ചൊരു ബാല്യമിപ്പോൾ
വേണ്ടിയിരുന്നില്ലെന്നു വൃഥാ ഓർത്തു പോയി

ഓർമ്മതൻ ചിറകിലേറി സ്വപ്നങ്ങൾ നെയ്തു ഞാൻ
അർത്ഥശൂന്യമാമീ ശേഷിക്കുന്ന ജീവിതം പൂർണ്ണമാക്കിടട്ടെ.

○○

31
കാത്തിരിപ്പ്

കാത്തിരുന്നു ഞാൻ നിനക്കായ് മാത്രം
കാതോർത്തിരുന്നു ഞാൻ നിൻ വിളി കേൾക്കാൻ
എന്തേ നീ എത്തിയില്ലാ പ്രിയതാരകമേ
മറന്നുവോ നീ നിൻ പ്രിയ സഖിയെ.

നിൻഹൃദയ പൂങ്കാവനത്തിൽ ഞാൻ
നട്ടുവളർത്തിയ പനിനീർച്ചെടിയിലെ
പുഷ്പദളങ്ങൾ അടർന്നു വീഴുന്നതെൻ
ഹൃത്തടത്തിലെന്നു നീ വിസ്മരിച്ചതെന്തേ.

മറന്നീടുമോ നിന്നെ ഞാനൊരു നിമിഷമെങ്കിലും
എന്തേ നീ ഇങ്ങനെ നിനച്ചീടുന്നു വെറുതെ
അറിഞ്ഞീടുന്നു ഞാൻ നിൻ മനോവ്യഥ
എത്തിടാൻ വൈകി ഞാൻ മാപ്പുതരില്ലേ തോഴി .

മമ ഹൃത്തിലെ മലർവാടിയിൽ പൂത്തു വിടർന്നു നിൽക്കും
പനിനീർ പുഷ്പങ്ങളെന്നിൽ ചൊരിയുന്നതു നിൻ
അനുരാഗ സൗരഭ്യം മാത്രമാണെന്നു നീയെന്തേ
മറന്നു പോയീടുന്നു പ്രിയ വസന്തമേ .

എൻ പ്രിയ സ്വപ്നമേ ക്ഷമിക്കുകില്ലേയെന്നോട്
മനോദുഃഖത്താൽ പുലമ്പിപ്പോയ് പലതും
അസ്ത്ര മുനകളേക്കാൾ കൂർത്ത വാക്കുകളു-
തിർത്തയിവളോടനിഷ്ടമരുതേ പ്രിയ തോഴാ....

○○

32
കാമിനി

എൻ പ്രിയേ മമ മുന്നിൽ നീ വന്നണയുമ്പോൾ
പറയാൻ കൊതിച്ചതൊക്കെയും കഥിച്ചിടട്ടെ തവ കാതിൽ

സഖീ, നിൻ മിഴിയിതൾ കാണുമ്പോൾ
സൂര്യന്റെ ഇഷ്ടഭാജനം താമര പോൽ

നിൻ നയനങ്ങളിലെ പൊൻപ്രഭ കാണുമ്പോൾ
തെളിഞ്ഞു വിളങ്ങിനിൽക്കും വിശ്വദീപം പോൽ

നിൻ ചെഞ്ചുണ്ടിൽ പാൽപ്പുഞ്ചിരി വിടരുമ്പോൾ
ആയിരം അരുണന്മാർ ഒന്നിച്ചുദിച്ചു നിൽക്കും പോൽ

നിന്റെ അധരങ്ങളെന്നോട് മൊഴിയുമ്പോൾ
മേഘശകലങ്ങൾ പൊഴിച്ചീടുന്ന മഴമുത്തുപോൽ

നിൻ കരങ്ങളിലെ വളകിലുക്കം കേൾക്കുമ്പോൾ
ഉഷസന്ധ്യയിലെ കുയിലാരവം പോൽ

പാദസരത്തിൻ മണിയൊച്ച കേൾക്കുമ്പോൾ
കൊഞ്ചിക്കരഞ്ഞൊഴുകും പുഴ പോൽ

നിന്നുടലിൽ പട്ടുചേല ചുറ്റുമ്പോൾ
ഹരിതാഭയായ പ്രകൃതിയെപ്പോൽ

നിന്റെയീ ശാന്തസുന്ദരത കാണുമ്പോൾ
ചന്ദ്രികയിൽ കുളിച്ചു നിൽക്കും നിശയെപ്പോൽ

ഇനിയുമെന്നെ വിട്ടുപോകല്ലേ കാമിനീ
ഞാൻ പൂജിച്ചാരാധിക്കും ദേവതയല്ലോ നീ.

33
സൗഹൃദം

ഒരു പുതുസൗഹൃദത്തിൻ മലർമൊട്ട്
പാതിവിടർന്നു നിൽക്കുന്നുവോ

മൊട്ടിന്നഗ്രത്തിലെ ഹിമകണങ്ങളെന്തോ
കഥിക്കാൻ വിതുമ്പും പോലെ

പറയുവാനാവാതെ അടരുവാൻ
പോലെയാ മഞ്ഞുതുള്ളികൾ

പറയാതെ പോകുവാനാകില്ലയാ-
തുഷാര ബിന്ദുക്കൾക്ക് നമ്മോട്

'പൊലിഞ്ഞു പോയീടരുതൊരു നാളും
നൈർമല്യമേറിയ ഈ സൗഹൃദം'

മൊഴിഞ്ഞുകഴിഞ്ഞതുമാ പൂമൊട്ടൊരു
സുന്ദര സൂനമായി മാറിയില്ലയോ

നമുക്കിനിയാ പുഷ്പത്തിൻ ദളങ്ങൾ
കൊഴിഞ്ഞു പോകാതെ കാത്തിടാം

അങ്ങനെയൊരു നാളും കൊഴിയാത്ത പൂക്കളുള്ള
ആരാമത്തിന്നുടമകളാകില്ലേയോ നമ്മൾ...

34
സ്വപ്നം

ഒരു കുളിർ തെന്നലായി തഴുകിയുണർത്താൻ
പ്രിയമുള്ളോർമ്മകൾ താലോലിക്കാൻ
സുഖമെഴും വർണ്ണക്കിനാക്കൾ കാണാൻ
സ്വപ്നങ്ങളിൽ നിറക്കൂട്ട് ചാലിച്ചെഴുതാൻ
ശലഭമായൊന്നിച്ചു പാറിപ്പറന്നുല്ലസിക്കാൻ
പുങ്കാവനത്തിലെ പൂന്തേനുണ്ണാൻ
അരുവിതൻ തീരത്തോർത്തു പാടാൻ
മുളങ്കാടിൻ മൃദുസംഗീതമാസ്വദിക്കാൻ
മാരിവില്ലിൻ വർണ്ണങ്ങൾ കാണാൻ
വർണ്ണങ്ങളേഴും ചാലിച്ചൊരു ചിത്രമെഴുതാൻ
മഴമുകിലിനൊടൊരു കിന്നാരം ചൊല്ലാൻ
ഗന്ധർവ്വ സംഗീതത്തിൻ ഈണം കേൾക്കാൻ
മാനത്തുദിച്ചു നിൽക്കും നക്ഷത്രങ്ങൾ കാണാൻ
പുഞ്ചിരിതൂകും പൊൻതിങ്കൾ പ്രഭ കാണാൻ
പാതിരാവിൽ പൂനിലാവു കണ്ടുരസിക്കാൻ
നിശയുടെ സൗകുമാര്യം വർണ്ണിക്കാൻ
കാനനത്തിൻ ചാരുതയാസ്വദിക്കാൻ
പ്രണയതന്ത്രികളിൽ ശ്രുതി മീട്ടാൻ
പ്രാവിണകൾ കുറുക്കുന്നതു കേൾക്കാൻ
നീലത്തടാകത്തിൽ നീന്തിത്തുടിക്കാൻ
നീലക്കടലിന്നലകൾ കാണാൻ
മഞ്ഞു പെയ്യും പുലരിയിലൊരു കൂട്ടാകാൻ
രാത്രി മഴ കാണാനുറങ്ങാതിരിക്കാൻ
വരുമോയെൻ സ്വപ്നത്തേരിലേറി...

○○

35
ജീവിതയാത്ര

കാലമേ നിന്നോട് ചോദിക്കുവാനെനി-
ക്കുണ്ടേറെ കാര്യങ്ങൾ
എവിടെത്തുടങ്ങണമെന്നയാശങ്ക
യാലുഴറിത്തീരാതിരിക്കാൻ
ചോദിച്ചിടട്ടേ ഞാൻ നിന്നോട്
ഇരുളടഞ്ഞ വീഥിയിലെന്നെത്തനിച്ചാക്കി
യെവിടേക്കുനിൻ രഥചക്രങ്ങൾ കറങ്ങുന്നു.
ഇനിയെങ്ങോട്ടെന്നറിയാതൊരു
കാരാഗൃഹത്തിലെന്ന പോൽ ഞാനും
ഒറ്റയ്ക്കു തുടങ്ങിയ ഈ യാത്രയിൽ
എവിടെ നിന്നോ വന്നെന്നോടൊപ്പം
സഹചരിച്ചിരുന്നവരെങ്ങോട്ടു പോയി
അന്ധകാരത്തിന്നഗാധതയിലുമെൻ
നൊമ്പരങ്ങൾ ചിറകുവിടർത്തുന്നു.
തേൻ കിനിയും വാക്കുകളുമായൊപ്പമീ
വഴിയിൽ പറക്കുന്നത് തേനീച്ച തന്നെയോ
പിന്നീടൊരു നാൾ കടന്നൽക്കൂട്ടങ്ങ-
ളെന്നു തിരിച്ചറിയേണ്ടിവരുമോ
മൗനം ഭഞ്ജിച്ചു മറനീക്കി പുറത്തു
വന്നൊരു മറുപടി തരുമോ കാലമേ...

○○

36
നമ്മൾ

ഇണപിരിയാത്ത കൂട്ടുകാർ നാം
വഴിപിരിയാത്ത കൂട്ടുകാർ നാം

മനസ്സു മനസ്സിനൊടെന്ന പോൽ നമ്മൾ
മൂടുപടമണിയാത്ത കൂട്ടുകാർ നമ്മൾ

കാലം തെളിക്കുന്ന തേരിലെ സഹയാത്രികർ
സൗഹൃദരഥത്തിലെ തേരാളികൾ

മൗനം വാചാലമാം നിമിഷങ്ങൾക്കുടമകൾ
കരിനിഴലേൽക്കാത്ത സൗഹൃദത്തിന്നുടമകൾ

ഒരുമയുള്ള കൂട്ടുകാർ നാം
തർക്കമില്ലാത്ത കൂട്ടുകാർ നാം

ഒരു തളിർച്ചില്ലയിൽ കൂടുകൂട്ടി നമ്മൾ
ഒരു കുളിർതെന്നലായെന്നും നമ്മൾ

കൂരിരുട്ടിൽ മിന്നാമിനുങ്ങുകളായി നാം
ദുഃഖങ്ങളിൽ സാന്ത്വനമായി നാം

സൗഹൃദമാം മാന്ത്രികവീണയിൽ നിന്നു-
തിരും സപ്തസ്വരങ്ങൾ പോൽ നമ്മൾ

പരിമളമേറിയ പനിനീർപ്പൂവിൻ
മൃദുദലങ്ങളെപ്പോൽ നമ്മൾ

ദേഹങ്ങൾ പലതേതുമെങ്കിലും
ഒരൊറ്റ ദേഹിയായെന്നെന്നും നമ്മൾ

○○

37
പൊയ്മുഖങ്ങൾ

കൂടെനിൽക്കേണ്ടവർ നാട്യത്തിന്നോരം
കൂടെയാകേണ്ടവർ വക്രത തേടുന്നു
എല്ലാം ചാരെയാക്കി രസിക്കുന്നൊരു
കാപട്യത്തിൽ മുഖമെത്ര കുടിലം
കൂറുമാറുന്നവർ കുറച്ചൊന്നോർക്കുക
തിന്മയുടെ നാളിന്നായുസ്സ് കുറവെന്ന്
കൗടില്യത്താൻ പ്രതീകമീ സുസ്മേരവദനം
അഴുക്കുചാലിനേക്കാൾ മലീമസ മനമിത്
പുഞ്ചിരിയിലൊളുപ്പിച്ചൊരു വഞ്ചനയിത്
കുബുദ്ധിയുടെ വൻകൂടാരമിത്.

അഹങ്കാരത്തിടമ്പേറ്റി അരങ്ങിലാടുമൊരു
മനുഷ്യരൂപം പൂണ്ടൊരു ചെന്നായയിത്
അറിയണമിന്നഭിനയത്തിന്നാവശ്യകത
എങ്കിലു മണിയാനാവില്ലയീ മുഖംമൂടി
നാട്യത്തിൻ പര്യായമേ ഓർക്കുക നീ
തിന്മയുടെ നാശം അനിവാര്യമെന്ന്...

38
കാലക്കേട്

കാലംതെറ്റിവന്ന കാലവർഷത്തിന്റെ
കഥ കേൾക്കാൻ കാതോർത്തപ്പോൾ
ആരൊക്കയോ എവിടെ നിന്നൊക്കെയോ
പ്രകൃതിയോട് പ്രാണനുവേണ്ടി കേഴുന്നു.

മഴയോട് മുഴു പ്രണയമായിരുന്നത്രേ
പുഴയോട് ചേരാൻ മോഹമായിരുന്നത്രേ
മഴയും പുഴയും ഒന്നിച്ചടുത്തപ്പോൾ
പ്രണയം പ്രാണനെടുത്തു പാഞ്ഞു.

സ്നേഹിച്ചു തീരാത്ത പ്രിയരെ പുണരാൻ
മലക്കംമറിഞ്ഞെത്തി മലയും വേഗം
അതിർവരമ്പില്ലാത്ത ഈ അനുരാഗ
ഗീതികൾ മണ്ണിലലിയാൻ നാളേറെയില്ല...

ഠഠ

39
പരിഭവം പറയുമ്പോൾ

ചങ്ങലകളുടെ ഭാരം പേറുന്നൊരു കൈകാലുകൾ
വിങ്ങലുകളുടെ കഥ പറയാൻ വെമ്പുന്നൊരു മനം
പറയാനുണ്ട് പരിഭവത്തിൻ കഥയേറെ മിഴികൾക്ക്
കാഴ്ചകൾ മറയ്ക്കുന്ന ഈറനണിഞ്ഞ പീലികളോട്
പറക്കാനാകാത്ത പറവകൾക്കും പറയാനുണ്ട്
കദനഭാരമേറിയ തൻ ചിറകുകളെക്കുറിച്ച്
കുയിലിനുമുണ്ടത്രേ ഒരു കിന്നാരം ചൊല്ലാൻ
രാഗാർദ്രമാം ഈണം മൂളുന്നതാർക്കു വേണ്ടി
പുഴകളുടെ പരിഭവത്തിൻ കളകളാരവം
ഇമ്പമാർന്ന കാടിന്റെ സംഗീതം കേൾക്കാത്തതിൽ
കാറ്റുമെത്തി പറയുവാൻ തൻ സ്വകാര്യവുമായി
സുഖമുള്ള സുഗന്ധമെങ്ങും പരത്താനാവുന്നില്ലത്രേ
പെയ്തൊഴിയാൻ കഴിയാത്ത മഴയ്ക്കും മൊഴിയുവാനുണ്ട്
തടുക്കുവാനാകാത്തൊരു പ്രളയത്തിൻ ചരിതം
തളർന്ന് വീഴാതിരിക്കാൻ പാടുപെടുന്നൊരീ പൂക്കൾക്ക്
ചൊല്ലുവാനുള്ള തീ പൊള്ളുന്ന വെയിലിൻ ഗാഥ
നുകരാൻ തേനില്ലാത്തതിൻ ദുഃഖസംഗീതമാലപിക്കു
ന്നൊരുകൊച്ചുപൂമ്പാറ്റയുണ്ടീ വൃന്ദാവനത്തിൽ
പഠിച്ച പാഠങ്ങൾ ചൊല്ലിടുമ്പോളത് കേൾക്കാൻ
ആരുമില്ലാത്തതിൻ പിണക്കം തത്തമ്മപ്പെണ്ണിന്
പരസ്പരം പുൽകുവാനാകാത്ത വിധം ദൂരേക്ക്
അകന്നുപോയതിൻ വ്യഥയുണ്ട് ശാഖികൾക്ക്
ഒരല്പമാത്ര ചെവിയോർക്കാനാരുമില്ലെങ്കിലീ
പരിഭവകഥകൾ കഥിക്കുന്നതാരു കേൾക്കാൻ...

○○

40
പാഴ്ജന്മങ്ങൾ

മോഹങ്ങളേറെയുണ്ടായിരുന്നൊരു കുന്നോളം
അതെല്ലാമിന്നു കടങ്കഥയോ പഴങ്കഥയോ
അറിവില്ലതെങ്ങോട്ട് മാഞ്ഞുപോയ്
അറിവുണ്ടതതൊന്നുമിനി തിരികെയണയില്ല.

ചിതലരിച്ച സ്വപ്നസൗധത്തിൽ
താമസമാക്കി വാവലുകളും ചീവീടുകളും
ആശയുണ്ടായിരുന്നതിലേറെ വാശിയും
ചെയ്തൊഴിഞ്ഞ മഴയെപ്പുണർന്നതെങ്ങോ പോയി
കുറ്റാക്കുറ്റിരുട്ടിലും വെളിച്ചം കാണാൻ കഴിഞ്ഞിരുന്ന
നയനങ്ങൾക്കിന്നു പകൽ വെളിച്ചത്തിലും കാഴ്ചയില്ല
ആരെയും താങ്ങിയ കരങ്ങളിന്നൊരു കുഞ്ഞു-
താങ്ങിനായി നീട്ടുന്നു ശൂന്യതയിൽ
വേഗത്തിലോടിയ കാലുകളിന്നൊന്ന്
നടക്കുവാനേറെ കൊതിച്ചിടുന്നു.

സുഖശീതളമായൊരു മനമുണ്ടായിരുന്നു
ചുട്ടുപൊള്ളുന്നതതിന്ന് കനൽക്കട്ടയേക്കാൾ
ആശിക്കുവാനേറെയുണ്ടതതെന്നാലും വെടിയുന്നു
നിരാശതൻ മടിത്തട്ടിൻ കനമോർത്ത്
എന്തെങ്കിലുമാകുമെന്ന് നിനച്ച് ഒന്നുമാകാതെ
പോകുന്ന പാഴ് ജന്മങ്ങളേറെയുണ്ടീ ഭൂവിൽ....

○○

41
വാടകക്കാർ

അലയുകയല്ലിവരുലകിൽ വൃഥാ
ജീവൻ പകർന്നു പോകുന്നിവരോരോ വീടിനും
പരിവേദനമില്ലയെന്നാലും പടിയിറങ്ങണമിവർക്ക്
പലവട്ടം പലയിടങ്ങളിൽ നിന്നും
പോകുമ്പോൾ കൂടെക്കൂട്ടുന്നിവർ
ഓർമ്മകൾ തൻ കൂടാരങ്ങൾ
കൂടുവിട്ട് കൂടണയുന്ന പറവകളെപ്പോലിവർ
ഓളങ്ങളിൽപ്പെട്ടുപോം കടലാസ് വഞ്ചിപോൽ
സ്വന്തമല്ലാത്തൊരു മന്ദിരാങ്കണത്തിൽ
സ്വപ്നങ്ങൾ നെയ്യുന്ന വാടകക്കാരിവർ
സ്വന്തമല്ലെന്നാകിലും ചേർത്തണക്കുന്നിവർ
ചിത്തത്തിലീ കിനാക്കൾ തൻ വർണ്ണങ്ങൾ
വീടുകളോരോന്നും ഓരോ നനുത്തപ്രതീക്ഷകൾ
സുഖമെഴും സുന്ദരസുദീപ്ത നിമിഷങ്ങൾ
ഓർമ്മകളാണോരോ സൗധവുമിവർക്ക്
കൂട്ടാകുന്നിതോരോ ഏകാന്ത യാത്രകളിലും
ചേക്കേറുന്നിവർ ഓർമ്മകളിൽ നിന്ന് ഓർമ്മകളിലേക്ക്
പായുന്നിവർ സ്വപ്ന തീരത്തടിയാൻ മോഹങ്ങളും പേറി...

○○